ਜਾਗ ਮਨਾ ਕਿਉਂ ਸੌਂ ਗਿਆ

(Jaag Mana Kyu So Gya)

ਈਸ਼ਵਰ ਸਿੰਘ

ਬੀਰਇੰਦਰ ਪਾਲ ਕੌਰ

Copyright © 2024 by Ishwar Singh and Birinder Pal Kaur

All rights reserved. No part of this publication may be reproduced, distributed, or transmitted in any form or by any means, including photocopying, recording, or other electronic or mechanical methods, without the prior written permission of the publisher, except in the case of brief quotations embodied in critical reviews and certain other noncommercial uses permitted by copyright law.

Jaag Mana Kyu So Gya

By Ishwar Singh and Birinder Pal Kaur

Published in United States of America

First Edition: 2024

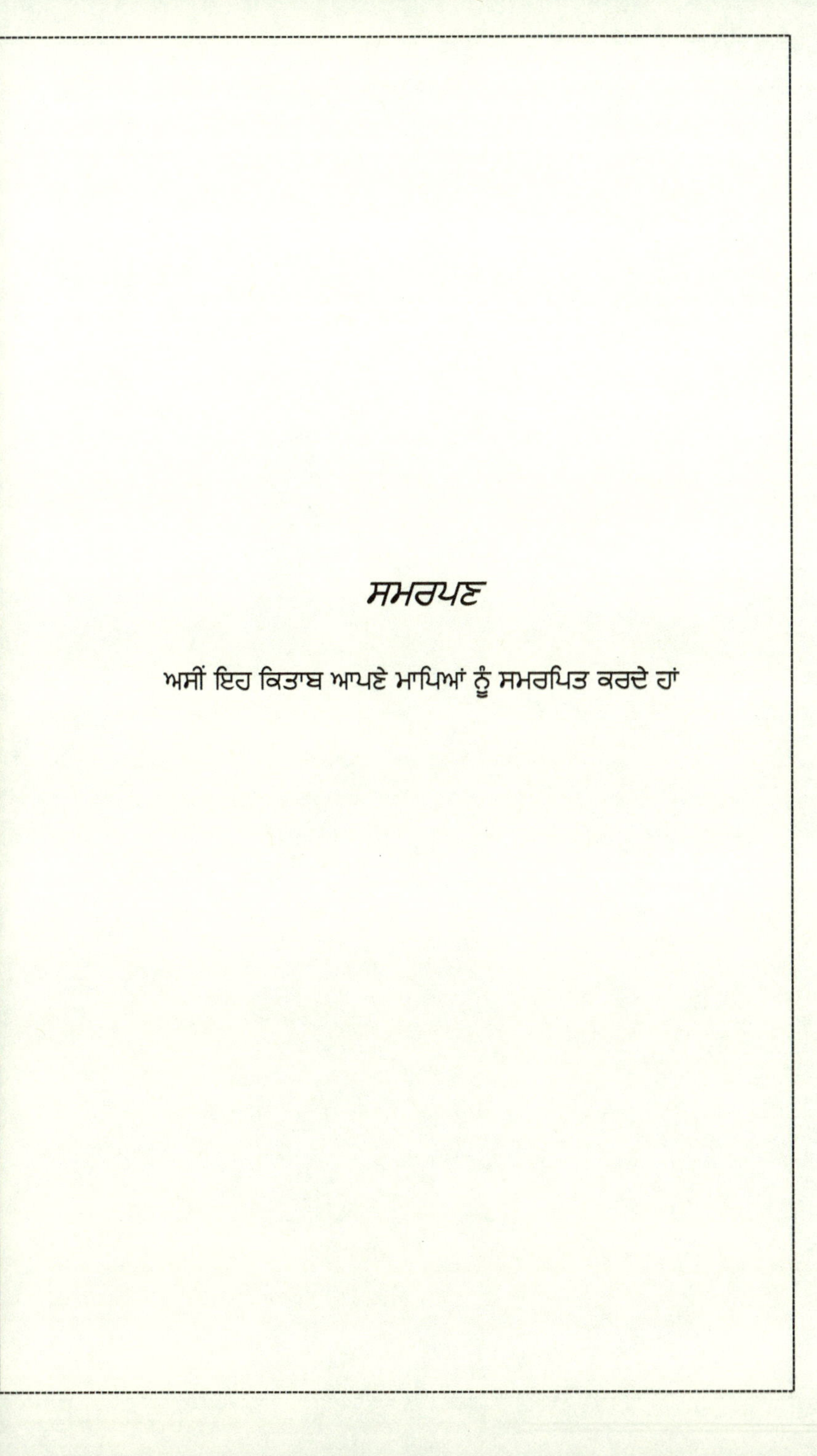

ਸਮਰਪਣ

ਅਸੀਂ ਇਹ ਕਿਤਾਬ ਆਪਣੇ ਮਾਪਿਆਂ ਨੂੰ ਸਮਰਪਿਤ ਕਰਦੇ ਹਾਂ

ਮੁਖਬੰਧ

ਇਹ ਕਿਤਾਬ 'ਜਾਗ ਮਨਾ ਕਿਉਂ ਸੌਂ ਗਿਆ' ਸਿਰਫ ਸ਼ਬਦਾਂ ਦੀ ਨਹੀਂ, ਬਲਕਿ ਪ੍ਰੇਮ ਅਤੇ ਭਾਵਨਾਵਾਂ ਦੀ ਵਿਆਖਿਆ ਕਰਦੀ ਹੈ। ਇਹ ਕਵਿਤਾਵਾਂ ਉਹ ਆਵਾਜ਼ ਹਨ ਜੋ ਮਨ ਅਤੇ ਰੂਹ ਨੂੰ ਛੂਹਦੀਆਂ ਹਨ, ਜੋ ਇੱਕ ਅੱਜ ਤੇ ਅੱਗੇ ਦੀ ਯਾਤਰਾ 'ਤੇ ਲੈ ਜਾਂਦੀਆਂ ਹਨ। ਕਵੀਆਂ ਦੀ ਆਵਾਜ਼ ਦੁਨੀਆਂ ਦੇ ਰਹਿਣ-ਸਹਿਣ ਦਾ ਹੌਸਲਾ ਵਧਾਉਂਦੀ ਹੈ ਅਤੇ ਸਾਡੇ ਅੰਦਰ ਵਸੇ ਰੱਬ ਦੇ ਨਾਮ ਦੀ ਸ਼ਾਨ ਨੂੰ ਚਮਕਾਉਂਦੀ ਹੈ। ਇਹ ਕਿਤਾਬ ਸਭ ਤੋਂ ਵਧੀਆ ਤਬਦੀਲੀਆਂ ਨੂੰ ਜਿਆਦਾ ਅਨੁਭਵ ਕਰਨ ਦਾ ਸੁਨਹਿਰਾ ਮੌਕਾ ਪ੍ਰਦਾਨ ਕਰਦੀ ਹੈ। ਇਸ ਰਚਨਾ ਨੂੰ ਪੜ੍ਹਨ ਅਤੇ ਅਨੁਭਵ ਕਰਨ ਦੇ ਨਾਲ, ਸਾਨੂੰ ਆਪਣੇ ਅੰਦਰ ਛੁਪੇ ਪਿਆਰ ਅਤੇ ਆਪਣੇ ਅਸਲੀ ਜੀਵਨ ਦੇ ਅਨੁਭਵ ਨੂੰ ਵੀ ਵਿਸਤਾਰਿਤ ਕਰਨ ਦਾ ਅਵਸਰ ਮਿਲਦਾ ਹੈ। ਇਸ ਕਿਤਾਬ ਨੂੰ ਪੜ੍ਹਨ ਤੋਂ ਬਾਅਦ, ਸਾਡੇ ਮਨ ਵਿਚ ਕਵਿਤਾ ਦੀ ਇਕ ਛੱਲ ਬਣ ਜਾਂਦੀ ਹੈ ਅਤੇ ਉਸ ਛੱਲ ਦੀ ਕਵਿਤਾ ਦੀ ਧੁਨ ਸਾਨੂੰ ਹਮੇਸ਼ਾ ਨਵੀਂ ਰਾਹ ਦਿਖਾਉਂਦੀ ਹੈ। ਇਸ ਕਿਤਾਬ ਨੂੰ ਪੜ੍ਹ ਕੇ ਮੈਂ ਉਮੀਦ ਕਰਦਾ ਹਾਂ ਕਿ ਤੁਸੀਂ ਇਹ ਸਫ਼ਰ ਆਪਣੇ ਜੀਵਨ ਵਿਚ ਇੱਕ ਨਵੀਂ ਰੋਸ਼ਨੀ ਦੇ ਰੂਪ ਵਿੱਚ ਸਮਝੋਗੇ।

ਧੰਨਵਾਦ,

ਗਿਆਨੀ ਪਾਲ ਸਿੰਘ

ਪ੍ਰਸਤਾਵਨਾ

"ਜਾਗ ਮਨਾ ਕਿਉਂ ਸੌਂ ਗਿਆ" ਪੰਜਾਬੀ ਕਵਿਤਾ ਦੀ ਇਸ ਕਿਤਾਬ ਵਿੱਚ ਤੁਹਾਡਾ ਸੁਆਗਤ ਹੈ, ਜੋ ਜੀਵਨ ਬਾਰੇ ਗੱਲ ਕਰਦੀ ਹੈ। ਇਹ ਭਾਵਨਾਵਾਂ ਅਤੇ ਕਹਾਣੀਆਂ ਦੇ ਸੰਗ੍ਰਹਿ ਵਾਂਗ ਹੈ ਜਿਸ ਨਾਲ ਹਰ ਕੋਈ ਸਬੰਧਤ ਹੋ ਸਕਦਾ ਹੈ। ਇਸ ਕਿਤਾਬ ਵਿੱਚ, ਕਵਿਤਾਵਾਂ ਪਿਆਰ, ਖੁਸ਼ੀ, ਸੰਘਰਸ਼ ਅਤੇ ਉਹਨਾਂ ਸਾਰੀਆਂ ਚੀਜ਼ਾਂ ਬਾਰੇ ਛੋਟੀਆਂ ਕਹਾਣੀਆਂ ਵਾਂਗ ਹਨ ਜੋ ਸਾਨੂੰ ਇਨਸਾਨ ਬਣਾਉਂਦੀਆਂ ਹਨ। ਵਧੀਆ ਗੱਲ ਇਹ ਹੈ ਕਿ ਕਵੀ ਇਨ੍ਹਾਂ ਭਾਵਨਾਵਾਂ ਨੂੰ ਜੀਵਤ ਕਰਨ ਲਈ ਸਾਡੀ ਸ਼ਾਨਦਾਰ ਭਾਸ਼ਾ (ਪੰਜਾਬੀ) ਦੀ ਵਰਤੋਂ ਕਰਦਾ ਹੈ। ਸਿਰਲੇਖ, "ਜਾਗ ਮਨਾ ਕਿਉਂ ਸੌਂ ਗਿਆ" ਦਾ ਅਰਥ ਹੈ ਰੱਬ ਤੋਂ ਬਿਨਾਂ। ਪਰ ਚਿੰਤਾ ਨਾ ਕਰੋ, ਇਸ ਕਿਤਾਬ ਵਿੱਚ ਧਰਮ ਵਿਰੋਧੀ ਕੁਝ ਵੀ ਨਹੀਂ ਹੈ। ਇਹ ਸਿਰਫ਼ ਪਰਮੇਸ਼ੁਰ ਬਾਰੇ ਸਿੱਧੇ ਤੌਰ 'ਤੇ ਗੱਲ ਕੀਤੇ ਬਿਨਾਂ ਜੀਵਨ ਦੀ ਪੜਚੋਲ ਕਰਦਾ ਹੈ। ਇਹ ਸਾਡੀਆਂ ਭਾਵਨਾਵਾਂ ਅਤੇ ਅਨੁਭਵਾਂ ਦੀ ਯਾਤਰਾ ਵਾਂਗ ਹੈ।

ਮੈਂ ਉਮੀਦ ਕਰਦਾ ਹਾਂ ਕਿ ਤੁਹਨੂੰ ਕਵਿਤਾਵਾਂ ਵਿੱਚ ਆਪਣੀ ਕਹਾਣੀ ਦੇ ਬਿੱਟ ਮਿਲ ਜਾਣਗੇ। ਇਹ ਤੁਹਾਡੇ ਨਾਲ ਆਪਣੇ ਵਿਚਾਰਾਂ ਅਤੇ ਭਾਵਨਾਵਾਂ ਨੂੰ ਸਾਂਝਾ ਕਰਨ ਵਾਲੇ ਦੋਸਤ ਵਾਂਗ ਹੈ। "ਜਾਗ ਮਨਾ ਕਿਉਂ ਸੌਂ ਗਿਆ" ਦੀ ਦੁਨੀਆ ਵਿੱਚ ਸਵਾਰੀ ਦਾ ਅਨੰਦ ਲਓ।

ਈਸ਼ਵਰ ਸਿੰਘ

ਰਸੀਦ

ਇਸ ਸੰਪੂਰਨ ਕਿਤਾਬ ਦੇ ਨਿਰਮਾਣ ਵਿੱਚ, ਮੈਂ ਮੇਰੇ ਪਿਆਰੇ ਸਹੁਰਾ ਸਰਦਾਰ ਨਰਿੰਦਰ ਸਿੰਘ ਦੁਆਰਾ ਮੈਨੂੰ ਦਿੱਤੇ ਗਏ ਨਿਰੰਤਰ ਸਹਿਯੋਗ, ਹੌਸਲੇ ਅਤੇ ਪਿਆਰ ਲਈ ਅਤੇ ਮੇਰੀ ਸੱਸ ਸਵ: ਸਰਦਾਰਨੀ ਗੁਰਜੀਤ ਕੌਰ ਦੀ ਅਨਮੋਲ ਯਾਦ ਦਾ ਤਹਿ ਦਿਲੋਂ ਧੰਨਵਾਦ ਕਰਦਾ ਹਾਂ। ਮੇਰੇ ਯਤਨਾਂ ਵਿੱਚ ਉਹਨਾਂ ਦਾ ਨਿਰੰਤਰ ਭਰੋਸਾ ਅਤੇ ਉਹਨਾਂ ਦਾ ਬੇਅੰਤ ਸਮਰਥਨ ਇਸ ਨੂੰ ਫੈਲਾਉਣ ਲਈ ਮੇਰੇ ਗਿਆਨ ਅਤੇ ਉਤਸ਼ਾਹ ਦੀ ਖੋਜ ਦਾ ਅਧਾਰ ਹੈ। ਉਨ੍ਹਾਂ ਦੀ ਸਲਾਹ ਅਤੇ ਅਟੁੱਟ ਵਿਸ਼ਵਾਸ ਪ੍ਰੇਰਨਾ ਦਾ ਸਰੋਤ ਰਿਹਾ ਹੈ, ਜੋ ਨਾ ਸਿਰਫ ਮੇਰੀ ਪੇਸ਼ੇਵਰ ਇੱਛਾਵਾਂ ਨੂੰ ਪ੍ਰਭਾਵਤ ਕਰਦਾ ਹੈ ਬਲਕਿ ਮੇਰੇ ਚਰਿੱਤਰ ਅਤੇ ਦ੍ਰਿੜਤਾ ਨੂੰ ਵੀ ਪ੍ਰਭਾਵਿਤ ਕਰਦਾ ਹੈ।

ਭਾਵੇਂ ਸਰਦਾਰਨੀ ਗੁਰਜੀਤ ਕੌਰ ਹੁਣ ਸਾਡੇ ਵਿੱਚ ਨਹੀਂ ਰਹੇ, ਪਰ ਉਨ੍ਹਾਂ ਦਾ ਨਿੱਘ, ਉਦਾਰਤਾ ਅਤੇ ਅਥਾਹ ਸਹਿਯੋਗ ਇਸ ਪੁਸਤਕ ਦੇ ਪੰਨਿਆਂ ਵਿੱਚੋਂ ਗੂੰਜਦਾ ਹੈ। ਉਹਨਾਂ ਦੀ ਵਿਰਾਸਤ ਇੱਕ ਮਾਰਗਦਰਸ਼ਕ ਰੋਸ਼ਨੀ ਬਣੀ ਹੋਈ ਹੈ, ਜੋ ਮੈਨੂੰ ਮੇਰੇ ਸਾਰੇ ਕੰਮਾਂ ਵਿੱਚ ਮਹਾਨਤਾ ਲਈ ਕੋਸ਼ਿਸ਼ ਕਰਨ ਲਈ ਪ੍ਰੇਰਿਤ ਕਰਦੀ ਹੈ। ਮੇਰੇ ਜੀਵਨ ਅਤੇ ਕਰੀਅਰ 'ਤੇ ਉਨ੍ਹਾਂ ਦੇ ਮਹੱਤਵਪੂਰਨ ਪ੍ਰਭਾਵ ਲਈ ਮੈਂ ਉਨ੍ਹਾਂ ਦਾ ਸਦਾ ਲਈ ਕਰਜ਼ਦਾਰ ਹਾਂ। ਇਹ ਕਿਤਾਬ ਉਨ੍ਹਾਂ ਦੀ ਚੱਲ ਰਹੀ ਵਿਰਾਸਤ ਅਤੇ ਮੇਰੇ ਮਾਰਗ 'ਤੇ ਉਨ੍ਹਾਂ ਦੇ ਬਹੁਤ ਪ੍ਰਭਾਵ ਦੀ ਯਾਦਗਾਰ ਵਜੋਂ ਕੰਮ ਕਰਦੀ ਹੈ।

ਈਸ਼ਵਰ ਸਿੰਘ

ਤਤਕਰਾ

ਜਾਗ ਮਨਾ ਕਿਉਂ ਸੌਂ ਗਿਆ

ਜਾਗ ਮਨਾ

ਕਿਉਂ ਸੌਂ ਗਿਆ

ਇਹ ਵੇਲਾ

ਸੌਣ ਦਾ ਨਹੀਂ

ਇਹ ਵੇਲਾ

ਸੌਣ ਦਾ ਨਹੀਂ

ਸੁੱਤੇ ਰਹੇ
ਕਈ ਜਨਮਾਂ ਦੇ
ਮੌਕਾ ਮਿਲਦਾ
ਵਾਰ ਵਾਰ ਨਹੀਂ
ਮੌਕਾ ਮਿਲਦਾ
ਵਾਰ ਵਾਰ ਨਹੀਂ

ਕਦੇ ਪੰਛੀ ਰਹੇ
ਕਦੇ ਪਸ਼ੂ ਬਣੇ
ਤੇਰਾ ਆਪਣਾ
ਕੋਈ ਆਧਾਰ ਨਹੀਂ
ਤੇਰਾ ਆਪਣਾ
ਕੋਈ ਆਧਾਰ ਨਹੀਂ

ਜੇ ਬੱਚਣਾ ਚਾਹੁੰਦੈ
ਚੋਟਾਂ ਤੋਂ
ਤਾਂ ਜੱਪ ਲੈ
ਜਿਸਦਾ ਆਕਾਰ ਨਹੀਂ
ਤਾਂ ਜੱਪ ਲੈ
ਜਿਸਦਾ ਆਕਾਰ ਨਹੀਂ

ਰਾਮ ਕ੍ਰਿਸ਼ਨ ਤੇ
ਵਾਹਿਗੁਰੂ ਜੱਪਣਾ
ਹੁੰਦੀ ਇਹ ਗੱਲ
ਕੋਈ ਆਮ ਨਹੀਂ
ਹੁੰਦੀ ਇਹ ਗੱਲ
ਕੋਈ ਆਮ ਨਹੀਂ

ਹੈ ਸਭ ਕੁੱਝ ਕਰਦਾ
ਮਾਲਕ ਮੇਰਾ
ਕਿਸੇ ਕੰਮ ਵਿੱਚ
ਤੇਰਾ ਨਾਮ ਨਹੀਂ
ਕਿਸੇ ਕੰਮ ਵਿੱਚ
ਤੇਰਾ ਨਾਮ ਨਹੀਂ

ਜੇ ਸੁੱਖ ਚਾਹੁੰਦੈ
ਅੰਦਰ ਦਾ
ਨਾਮ ਤੋਂ ਵੱਡਾ
ਕੋਈ ਜਾਮ ਨਹੀਂ
ਨਾਮ ਤੋਂ ਵੱਡਾ
ਕੋਈ ਜਾਮ ਨਹੀਂ

ਇੱਕ ਖਿਨ ਵੀ ਜੇ
ਮਿਲ ਜਾਏ
ਨਾਮ ਧਿਆਨ
ਤਾਂ ਇਸ ਤੋਂ
ਵੱਡੀ ਕੋਈ
ਸੌਗਾਤ ਨਹੀਂ
ਤਾਂ ਇਸ ਤੋਂ
ਵੱਡੀ ਕੋਈ
ਸੌਗਾਤ ਨਹੀਂ

ਅਸੀਂ ਵੰਡੇ ਹੋਏ ਹਾਂ
ਜਾਤਾਂ ਵਰਨਾਂ ਵਿੱਚ
ਸੱਚੇ ਰੱਬ ਦੀ
ਕੋਈ ਜਾਤ ਨਹੀਂ
ਸੱਚੇ ਰੱਬ ਦੀ
ਕੋਈ ਜਾਤ ਨਹੀਂ

ਇਹ ਸਭ ਕੁੱਝ
ਲਿਖਾਵਣ ਵਾਲਾ ਓਹ
'ਸ਼ੇਰੋ' ਦੀ ਕੋਈ
ਔਕਾਤ ਨਹੀਂ
'ਸ਼ੇਰੋ' ਦੀ ਕੋਈ
ਔਕਾਤ ਨਹੀਂ

ਜੇ ਮੌਲਾ ਦੀ ਮਿਹਰ ਹੋਵੇ

ਉੱਡ ਜਾਂਦੇ
ਫਿਕਰ ਪੁਰਾਣੇ
ਜੇ ਮੌਲਾ ਦੀ
ਮਿਹਰ ਹੋਵੇ
ਓਹਦੀਆਂ
ਓਹੀ ਜਾਣੇ
ਜੇ ਮੌਲਾ ਦੀ
ਮਿਹਰ ਹੋਵੇ

ਮਿਹਰ ਸਦਕਾ ਹੀ
ਜੀਂਵਦੇ ਆਂ
ਰੱਸ ਮਿੱਠਾ
ਪੀਂਵਦੇ ਆਂ
ਜੀਹਦੇ ਵਰਗਾ
ਨਾ ਕੋਈ
ਸਿਰ ਓਹਦੇ ਅੱਗੇ
ਨੀਂਵਦੇ ਆਂ
ਏ ਸਭ
ਮਾਲਕ ਦੇ ਭਾਣੇ
ਜੇ ਮੌਲਾ ਦੀ
ਮਿਹਰ ਹੋਵੇ

ਸੱਚੇ ਰੱਬ ਨੂੰ
ਜੋ ਜਾਣਦੇ ਨੇ
ਓ ਵੀ ਸਾਡੇ
ਹਾਣਦੇ ਨੇ
ਲੈ ਕੇ ਨਾਮ
ਵਾਲੀ ਲੋਈ
ਨਿੱਘ ਗੋਦੀ ਵਿੱਚ
ਮਾਣਦੇ ਨੇ
ਰੰਗ ਵਿਰਲਾ ਹੀ
ਕੋਈ ਮਾਣੇ
ਜੇ ਮੌਲਾ ਦੀ
ਮਿਹਰ ਹੋਵੇ

ਕੰਮ ਹੋਵਦੇ ਨੇ
ਸਾਰੇ
ਸਭ ਮੁੱਕਦੇ
ਖਿਲਾਰੇ
ਜਿਹੜਾ ਕਰੇ
ਅਰਜ਼ੋਈ
ਬੋਝ ਲੱਥਦੇ ਨੇ
ਭਾਰੇ
ਓਹਨੂੰ ਦੁੱਖ ਵੀ
ਕੀ ਸਤਾਣੇ
ਜੇ ਮੌਲਾ ਦੀ
ਮਿਹਰ ਹੋਵੇ

ਬਟਾਲੇ ਵਾਲਾ
'ਸ਼ੇਰਾ'
ਨਾਮ ਮੰਗੇ
ਇੱਕ ਤੇਰਾ
ਹੋਰ ਦੌਲਤ
ਨਾ ਕੋਈ
ਦਿਲ ਆਖਦਾ
ਏ ਮੇਰਾ
ਹਰ ਵੇਲੇ
ਦਰਸ਼ਨ ਪਾਉਣੇ
ਜੇ ਮੌਲਾ ਦੀ
ਮਿਹਰ ਹੋਵੇ

ਸ਼ੀਸ਼ੇ ਮੂਹਰੇ ਆ ਕੇ

'ਸ਼ੇਰਿਆ' ਤੂੰ
ਦੇਖਦਾ ਕੀ
ਸ਼ੀਸ਼ੇ ਮੂਹਰੇ
ਆ ਕੇ
ਦੱਸ ਤੂੰ ਕੀ ਲੈਣਾ
ਸੋਹਣੀਆਂ
ਸ਼ਕਲਾਂ
ਬਣਾ ਕੇ

ਸ਼ਕਲਾਂ ਦੇ
ਨਾਲੋਂ 'ਸ਼ੇਰੇ'
ਅਕਲਾਂ ਨੇ
ਚੰਗੀਆਂ
ਜੋ ਕਰ
ਅਰਦਾਸ ਹੋਣ
ਮੋਲਾਂ ਕੋਲੋਂ
ਮੰਗੀਆਂ
ਕੀ ਲੈਣਾ ਏ
ਬਰੈਂਡਡ
ਕੱਪੜੇ
ਤੂੰ ਪਾ ਕੇ
ਕਿਹੜਾ ਗੋੜੀਆਂ
ਲਗਾਉਣੀਆਂ ਤੂੰ
ਚਸ਼ਮਾ
ਲਗਾ ਕੇ
'ਸ਼ੇਰਿਆ' ਤੂੰ......

ਲਾ ਕੇ
ਮਹਿੰਗੀਆਂ
ਕਰੀਮਾਂ ਨਹੀਓ
ਰੂਪ ਜੱਚਦਾ
ਜਵਾਨੀ ਦੇ
ਸਰੂਰ ਚ'
ਕਿਉਂ ਭੁੱਲੇ
ਰਾਹ ਸੱਚ ਦਾ
ਦੱਸ ਮਿਲਣਾ ਕੀ
ਤੈਨੂੰ ਏਸ
ਦੇਹੀ ਨੂੰ
ਸਜਾ ਕੇ
ਐਵੇਂ ਦੁਨੀਆਂ
ਦੇ ਅੱਗੇ
ਰੂਪ ਆਪਣਾ
ਦਿਖਾ ਕੇ
'ਸ਼ੇਰਿਆ' ਤੂੰ……

ਨੂਰ ਸਾਦਗੀ ਦੇ
ਵਾਲੇ ਦੀ ਨਹੀਂ
ਰੀਸ ਹੋਵਦੀ
ਇਹ ਵਡਮੁੱਲੀ
ਦਾਤ ਮੇਰਾ
ਮਨ ਮੋਹਦੀ
ਨਸ਼ਾ ਸਾਦਗੀ ਚ'
ਵੱਸ ਜਾਂਦਾ
ਰੱਬ ਵੱਲੋਂ
ਆ ਕੇ
ਸਦਾ ਰੱਖੀਏ
ਪਿਆਰ ਨੂੰ ਜੀ
ਦਿਲ ਚ'
ਵਸਾ ਕੇ
'ਸ਼ੇਰਿਆ' ਤੂੰ......

ਇਹ ਮਿੱਟੀ
ਵਾਲਾ ਪੁਤਲਾ
ਨਾ ਜ਼ਿਆਦਾ
ਦੇਰ ਰਹਿਆ ਏ
ਅੱਜ ਨਹੀਂ ਤਾਂ
ਕੱਲ ਇਹਨੇ
ਕਿਸੇ ਦਿਨ
ਢਹਿਆ ਏ
ਮਾਣ ਕਰੀਂ ਨਾ
ਤੂੰ ਕਦੇ ਏਸ
ਦੇਹੀ ਨੂੰ
ਧਿਆ ਕੇ
'ਸ਼ੇਰੋ' ਚਲੇ
ਜਾਣਾ ਏਥੋਂ
ਇਹਨੂੰ ਮਿੱਟੀ ਚ'
ਮਿਲਾ ਕੇ
'ਸ਼ੇਰਿਆ' ਤੂੰ......

ਕਿਤੇ ਕੰਗਾਲ ਨਾ ਹੋ ਜਾਵੀਂ

ਮਨ ਰੇ ਪੈਸੇ ਪਿੱਛੇ
ਭੱਜਦਾ ਭੱਜਦਾ
ਕਿਤੇ ਚੰਡਾਲ
ਨਾ ਹੋ ਜਾਵੀਂ
ਨਾਮ ਦੀ ਦੌਲਤ
ਮਨੋਂ ਵਿਸਰਾ ਕੇ
ਕਿਤੇ ਕੰਗਾਲ
ਨਾ ਹੋ ਜਾਵੀਂ

ਤੈਨੂੰ ਸੁਧਰਨ ਦੇ
ਮੌਕੇ ਮਿਲੇ ਨੇ
ਚੱਲ ਛੱਡ ਮਨਾ
ਜੋ ਤੇਰੇ ਗਿਲ਼ੇ ਨੇ
ਚਿੰਤਾ ਦੇ ਬੱਦਲਾਂ
ਵਿੱਚ ਗੁੰਮ ਹੋ ਕੇ
ਕਿਤੇ ਕੰਕਾਲ
ਨਾ ਹੋ ਜਾਵੀਂ
ਮਨ ਰੇ ਪੈਸੇ ਪਿੱਛੇ……

ਉਤਾਰ ਚੜਾਅ ਤਾਂ
ਹੁੰਦੇ ਈ ਰਹਿੰਦੇ
ਜੰਮ ਜੰਮ ਕੇ ਪ੍ਰਾਣੀ
ਮੁੰਦੇ ਈ ਰਹਿੰਦੇ
ਤੂੰ ਵੀ ਇਨ੍ਹਾਂ
ਚੱਕਰਾਂ ਚ ਪੈ ਕੇ
ਭੋਟ ਜੰਮਕਾਲ
ਨਾ ਹੋ ਜਾਵੀਂ
ਮਨ ਰੇ ਪੈਸੇ ਪਿੱਛੇ......

ਜੋ ਤੈਨੂੰ ਸੁੱਟੇ ਐਸੀ
ਕਿਰਿਆ ਨਾ ਕਰ
ਵਾਸਨਾਵਾਂ ਵਿੱਚ
ਗਿਰਿਆ ਨਾ ਕਰ
ਨਾਮ ਰੰਗ ਤਿਆਗ
ਲੋਹੇ ਦੇ ਵਾਂਗੂ
ਤੂੰ ਜੰਗਾਲ
ਨਾ ਹੋ ਜਾਵੀਂ
ਮਨ ਰੇ ਪੈਸੇ ਪਿੱਛੇ......

ਪੈਸੇ ਪਿੱਛੇ ਇੱਥੇ
ਸਾਰੇ ਪਏ ਹੋਏ ਨੇ
ਬੈਂਕਾਂ ਤੋਂ ਕਰਜ਼ੇ
ਭਾਰੇ ਲਏ ਹੋਏ ਨੇ
ਪੈਸੇ ਨਾਲ ਹੀ
ਜ਼ਿੰਦਗੀ ਹੈ
ਕਿਤੇ ਏਹੀ ਖ਼ੰਗਾਲ
ਨਾ ਮੋ ਜਾਵੀਂ
ਮਨ ਰੇ ਪੈਸੇ ਪਿੱਛੇ......

ਪੰਜਾਬ ਸਿਆਂ
ਕਿਵੇਂ ਬੱਚੇਗਾਂ ਵੇ ਤੂੰ
ਪੰਜਾਬੀ ਬਿਨਾਂ
ਕਿਵੇਂ ਜੱਚੇਗਾਂ ਵੇ ਤੂੰ
ਈਸਾਈਆਂ ਦੇ
ਜਾਲ ਚ' ਫੱਸ ਕੇ 'ਸ਼ੇਰੋ'
ਕਿਤੇ ਬਿਹਾਰ ਬੰਗਾਲ
ਨਾ ਹੋ ਜਾਵੀਂ
ਮਨ ਰੇ ਪੈਸੇ ਪਿੱਛੇ......

ਮੈਂ ਭਟਕਿਆ ਰਾਹੀ

ਮੈਂ ਭਟਕਿਆ ਰਾਹੀ
ਕਈ ਚਿਰਾਂ ਤੋਂ
ਮੰਜ਼ਿਲ ਨੂੰ
ਲੱਭ ਰਿਹਾ ਹਾਂ
ਗੁਲਾਮ ਹੋਇਆ
ਫਿਰਦਾ ਹਾਂ ਮਾਇਆ ਦਾ
ਨਾ ਚਾਹ ਕੇ ਵੀ
ਏਸ ਮਨ ਅੰਦਰ
ਐਬਾਂ ਦਾ ਪਾਲ ਮੈਂ
ਜੱਥ ਰਿਹਾ ਹਾਂ

ਥੋੜੀ ਥੋੜੀ ਸਮਝ
ਆਂ ਰਹੀ ਹੈ ਕਿ
ਏਸ ਲੋਕ ਵਿੱਚ ਸਭ
ਕਰਤੇ ਤੇ ਕੌਤਕ ਨੇ
ਪਤਾ ਨਹੀਂ
ਕਿੰਨੀ ਵਾਰੀ
ਬਦਲ ਲਏ ਇਹ
ਸਰੀਰ ਜੋ ਭੌਤਕ ਨੇ
ਸਭ ਖੇਡ ਕਰਤਾਰ ਹੀ
ਵਰਤਾ ਰਿਹਾ
ਤੇ ਮੈਨੂੰ ਲੱਗਦਾ
ਮੈਂ ਹੀ ਕਰ
ਸਭ ਰਿਹਾ ਹਾਂ
ਮੈਂ ਭਟਕਿਆ ਰਾਹੀ.......

ਮੇਰੀ ਵਾਸਨਾਵਾਂ
ਨਾਲ ਲੜਾਈ
ਪਤਾ ਨਹੀਂ ਕਿੰਨੇ
ਜਨਮਾਂ ਤੋਂ ਹੋ ਰਹੀ ਹੈ
ਵਾਰ ਵਾਰ ਮੈਂ
ਹਾਰ ਜਾਂਦਾ ਹਾਂ
ਗੱਲ ਇੱਕ ਪਾਸੇ
ਨਹੀਂ ਖਲੋ ਰਹੀ ਹੈ
ਡਿੱਗਦਾ ਢਹਿੰਦਾ
ਲੜਦਾ ਲੜਦਾ ਮੈਂ
ਚਨੇ ਲੋਹੇ ਦੇ
ਚੱਬ ਰਿਹਾ ਹਾਂ
ਮੈਂ ਭਟਕਿਆ ਰਾਹੀ.......

45

ਮਨ ਦੀ ਹਾਲਤ
ਵਿਗੜ ਰਹੀ ਤੇ
ਆਪਣਾ ਸਰੂਪ ਹੀ
ਭੁੱਲ ਬੈਠਾ ਹਾਂ
ਦੁਨੀਆਂ ਦਾ
ਆਕਰਸ਼ਨ ਦੇਖ ਕੇ
ਅੱਖਾਂ ਚੁੰਧਿਆ ਗਈਆਂ
ਕਾਮ ਕ੍ਰੋਧ ਦੀ ਹਵਾ ਚ'
ਰੁੱਲ ਬੈਠਾ ਹਾਂ
ਏਹੀ ਅਵਸਥਾ ਹੈ
ਕਾਫੀ ਚਿਰਾਂ ਦੀ
ਜਿਸਨੂੰ ਅੰਦਰ ਅੰਦਰ
ਦੱਬ ਰਿਹਾ ਹਾਂ
ਮੈਂ ਭਟਕਿਆ ਰਾਹੀ.......

ਸੰਤਾਂ ਦੇ ਚਰਨਾਂ ਦੀ
ਧੂੜ ਹੀ
ਗੱਲ ਬਣਾ
ਸਕਦੀ ਹੈ ਮੇਰੀ
ਏਸ ਗਰੀਬੜੇ ਦੇ
ਘਰ ਆਣ ਕੇ
ਪਾ ਜਾਇਓ
ਤੁਸੀਂ ਫੇਰੀ
ਐਸੇ ਮਹਾਂਪੁਰਖਾਂ ਦੀ
ਦ੍ਰਿਸ਼ਟੀ ਮੇਰੇ
ਉੱਤੇ ਪੈ ਜਾਏ
ਐਸੇ ਸੰਤ ਮੈਂ ਭਾਲ
ਅਜੱਬ ਰਿਹਾ ਹਾਂ
ਮੈਂ ਭਟਕਿਆ ਰਾਹੀ.......

ਭਟਕ ਭਟਕ ਕੇ
ਭਟਕਣਾ ਹੁਣ
ਬਹੁਤ ਹੀ
ਲੰਬੀ ਹੋ ਗਈ
ਕਲਜੁਗ ਦੇ
ਪ੍ਰਭਾਵ ਹੇਠ
ਦੁਨੀਆਂ ਹੋਰ ਵੀ
ਝੂਠੀ ਦੰਬੀ ਹੋ ਗਈ
ਮੈਂ ਵੀ ਏ ਸਭ ਦਾ
ਹਿੱਸਾ ਬਣ ਕੇ
ਝੂਠ ਦੇ ਭਰਨ
ਪਤੀਲੇ ਟੱਬ ਰਿਹਾ ਹਾਂ
ਮੈਂ ਭਟਕਿਆ ਰਾਹੀ.......

ਬਸ ਕਰ ਮਨਾਂ ਹੁਣ
ਬਸ ਕਰ ਵੇ
ਪ੍ਰਭੂ ਦੇ ਨਾਮ ਵੱਲ
ਥੋੜ੍ਹਾ ਧਿਆਨ ਕਰ
ਨਾਮ ਜੱਪ ਨਾਮ ਜੱਪ
ਤੇ ਸਿਰਫ ਨਾਮ ਜੱਪ
ਗੁਰੂ ਦੀਆਂ ਦਿੱਤੀਆਂ
ਦਾਤਾਂ ਪ੍ਰਵਾਨ ਕਰ
ਜੇ ਤੂੰ ਆਪਣੇ ਆਪ ਨੂੰ
ਨਾਮ ਚ' ਰੰਗ ਲਵੇਂ
ਤਾਂ 'ਸ਼ੇਰਾ' ਵੀ ਆਖੇਗਾ
ਯਾਰ ਤੂੰ ਬੜਾ ਹੀ
ਫੱਬ ਰਿਹਾ ਹਾਂ
ਮੈਂ ਭਟਕਿਆ ਰਾਹੀ.......

ਤੇਰੀ ਓਟ ਤਕਾਂ

ਤੇਰੀ ਓਟ ਤਕਾਂ
ਤੂੰ ਹੈਂ ਮੇਰਾ ਮਾਣਾ
ਤੇਰੇ ਦਰ ਬਗੈਰ
ਮੇਰਾ ਨਹੀਂ ਟਿਕਾਣਾ

ਤੁਸੀਂ ਜਿੱਥੇ ਲੈ ਜਾਓ
ਮੈਂ ਓਥੇ ਜਾਣਾ
ਜੋ ਭੋਜਨ ਬਖਸ਼ਿਆ
ਅਸੀਂ ਓਹੀ ਖਾਣਾ

ਤੇਰੇ ਨਾਮ ਦਾ ਉੱਚੀ
ਗਾਵਾਂ ਗਾਣਾ
ਤੇਰਾ ਝੋਲੀ ਪਾਇਆ
ਖਾਵਾਂ ਦਾਣਾ

ਸਵੇਰੇ ਉੱਠ ਕੇ
ਜਦ ਵੀ ਨਹਾਵਾਂ
ਤੇਰਾ ਨਾਮ ਜੱਪ
ਪਿੰਡੇ ਪਾਣੀ ਪਾਵਾਂ

ਤੁਸੀਂ ਧੰਦੇ ਲਾਇਆ
ਤੂੰ ਮੇਰਾ ਲਾਣਾ
ਤੁਸੀਂ ਇੱਜ਼ਤ ਦਿੱਤੀ
ਸਭ ਤੇਰਾ ਭਾਣਾ

ਤੁਸੀਂ ਸੋਝੀ ਪਾਈ
ਨਾਮ ਧਿਆਵਾ
ਜ਼ਿੰਦਗੀ ਦਾ ਪਹੀਆ
ਕਿਵੇਂ ਚਲਾਵਾ

ਕਿਹੜਾ ਰਸਤਾ ਫੜਨਾ
ਤੇ ਕਿੱਧਰ ਜਾਣਾ
ਤੁਸੀਂ ਆਪ ਹੀ ਦੱਸਿਆ
ਮੈਂ ਜਿੱਧਰ ਜਾਣਾ

ਜੋ ਤੂੰ ਦਿੱਤਾ ਓਹੀ
ਪਾਇਆ ਬਾਣਾ
ਤੇ ਓਹੀ ਪਾਊਣਾ
ਜੋ ਤੂੰ ਪਵਾਣਾ

ਅੱਖਾਂ ਹੁੰਦਿਆਂ ਵੀ
ਮੈਂ ਬਣਿਆ ਕਾਣਾ
ਸੰਸਾਰੀ ਬਣ ਕੇ
ਭੁੱਲਿਆਂ ਤੇਰਾ ਘਰਾਣਾ

ਪ੍ਰੇਮ ਹਲੀਮੀ ਦਾਤਾ
ਮੇਰੇ ਮਨ ਵਸਾਣਾ
ਕਾਮ ਕ੍ਰੋਧ ਲੋਭ ਤੋਂ
ਤੁਸੀਂ ਆਪ ਬਚਾਣਾ

ਤੇਰੀ ਮਰਜ਼ੀ ਤੇ ਉੱਪਜਿਆ
ਇਹ ਸਭ ਤਾਣਾ ਬਾਣਾ
ਕੋਈ ਦੋਬਾਰਾ ਜੰਮ ਪਿਆ
ਤੇ ਕੋਈ ਗਿਆ ਮਸਾਣਾ

ਤੁਸੀਂ ਮੈਨੂੰ ਸਭ ਕੁਝ ਦਿੱਤਾ
'ਸ਼ੇਰਾ' ਕਰੇ ਸ਼ੁਕਰਾਣਾ
ਇੱਕ ਖੂਬੀ ਬਖ਼ਸ਼ਿਓ
ਤੇਰਾ ਨਾਮ ਧਿਆਣਾ

ਮਨ ਸੋਝੀ ਪਾ ਦਿਓ

ਮਨ ਡਗਮਗਾ
ਜਾਂਦਾ ਹੈ
ਹੋਸ਼ ਗਵਾ
ਜਾਂਦਾ ਹੈ
ਜਦ ਵੇਲਾ ਆਵੇ
ਇਮਤਿਹਾਨ ਦਾ
ਨਾਮ ਭੁਲਾ
ਜਾਂਦਾ ਹੈ

ਕਦੇ ਡੁੱਲਦਾ
ਲਾਲਚ ਕਰਕੇ ਜੀ
ਗੱਫੇ ਛੱਕਦਾ
ਝੂਠ ਦੇ ਭਰਕੇ ਜੀ
ਕਈ ਸਾਲਾਂ ਦੀ
ਇਮਾਨਦਾਰੀ ਨੂੰ
ਮਿੱਟੀ ਚ' ਰੁਲਾ
ਜਾਂਦਾ ਹੈ
ਮਨ ਡਗਮਗਾ……

ਸਾਰੀ ਉਮਰ
ਸਮਝਾਉਂਦੇ
ਲੰਘ ਗਈ ਏ
ਸੋਚ ਵੱਡੀ ਤੋਂ
ਹੋ ਤੰਗ ਗਈ ਏ
ਆਪਣੀ ਮਰਜ਼ੀ ਦੇ
ਵਿਚਾਰਾਂ ਦੀ ਹਨ੍ਹੇਰੀ
ਪਿੰਡੇ ਤੇ ਝੁਲਾ
ਜਾਂਦਾ ਹੈ
ਮਨ ਡਗਮਗਾ……

ਕਦੇ ਕਦੇ ਜੋਸ਼
ਵਿੱਚ ਆ ਜਾਂਦਾ
ਸੱਚੇ ਪ੍ਰਭੂ ਦਾ
ਨਾਮ ਧਿਆ ਜਾਂਦਾ
ਚਾਰ ਦਿਨਾਂ ਚ'
ਠੰਡਾ ਹੋ ਕੇ
ਉਤਸ਼ਾਹ ਦੀ ਲਹਿਰ
ਸੁਲਾ ਜਾਂਦਾ ਹੈ
ਮਨ ਡਗਮਗਾ……

ਮੈਂ ਗੁਰਮੁੱਖ ਹਾਂ
ਸਿਰਫ ਨਾਮ ਦਾ
ਮਨ ਤੂੰ ਆਪਣਾ
ਮੂਲ ਕਿਉਂ ਨਹੀਂ
ਪਛਾਣਦਾ
ਗੁਰਮੁੱਖ ਖੁਦ ਵੀ
ਨਾਮ ਜੱਪਦਾ ਤੇ
ਦੂਜੇ ਦੇ ਮੁੱਖ ਤੋਂ ਵੀ
ਬੁਲਾ ਜਾਂਦਾ ਹੈ
ਮਨ ਡਗਮਗਾ……

ਗੁਰੂ ਅੱਗੇ ਅਰਦਾਸ
ਮੇਰੀ ਸੁਰਤ ਨਾਮ ਚ'
ਲਾ ਦਿਓ ਜੀ
ਹਰ ਵੇਲੇ ਮਨ
ਤੇਰਾ ਧਿਆਨ ਕਰੇ
ਐਸੀ ਸੋਝੀ ਪਾ ਦਿਓ ਜੀ
ਇੱਕ ਇੱਕ ਪਲ ਜੋ
ਏਨਾ ਕੀਮਤੀ ਹੈ
ਮਨ ਮੂਰਖ
ਕੌਡੀ ਦੇ ਭਾਅ
ਤੁਲਾ ਜਾਂਦਾ ਹੈ
ਮਨ ਡਗਮਗਾ……

ਕ੍ਰਿਪਾ ਕਰੋ ਕ੍ਰਿਪਾ ਕਰੋ
ਰਾਖਹੁ ਰੇ ਸਰਣਾਈ
ਆਪਣਾ ਨਾਮ ਦਿਓ
ਏਹੀ ਉੱਤਮ ਕਮਾਈ
'ਸ਼ੇਰੋ' ਨੂੰ ਸਮਝ ਦਿਓ
ਜਿਹੜਾ ਨਿੱਕੀ ਨਿੱਕੀ
ਗੱਲ ਉੱਤੇ ਹੀ ਮੂੰਹ
ਫੁਲਾ ਜਾਂਦਾ ਹੈ
ਮਨ ਡਗਮਗਾ……

www.ingramcontent.com/pod-product-compliance
Lightning Source LLC
Chambersburg PA
CBHW051308160726
47994CB00003B/1367